# திருமலை கண்ட திவ்ய ஜோதி!

கா. ந. அண்ணாதுரை

*Title: Thirumalai Kanda Dhivya Jothi*

*Author: C. N. Annadurai*

*Language: Tamil*

*First Published on: 1952*

*Year of Publication: 2024*

*Book Format: Paperback*

*Page Size: 6inch * 9inch*

*Category: Fiction*

*Subject: Short Novel*

*No. of pages: 30*

*ISBN: 978-81-988159-6-5*

*Published by: Nilan Publishers, Madurai, Tamilnadu, India*

# பொருளடக்கம்

குறிப்புகளுக்காக

# திருமலை கண்ட திவ்ய ஜோதி!

[மதுரை மன்னன் திருமலையின் மாய மரணம் பற்றிய குறிப்புகளைக் கொண்டு சித்தரிக்கப்படும் ஓவியம் இது. இட்டுக் கட்டியதோ என்று ஐயப்படுவோருக்கு, எம். எஸ். சுப்ரமணிய ஐயர் தீட்டிய கன்னியர் வீரம் என்ற சிறு நூலில், பட்டர் புதல்வி என்னும் சிறு கதையைப்பார்க்கும்படி கேட்டுக் கொள்கிறோம்]

**[சுந்திரவல்லி]**

மதுரை மீனாட்சி அம்மன் கோவில் பிரதம பட்டாச்சாரியின் திருமகள் நான். பெயர் சுந்திரவல்லி. இளமங்கை—எழில்மிக்கவள்—பூங்கொடி—ஊர் புகழ்கிறது என்னை. இதோ என் எதிரில் இருப்பது விஷக்கோப்பை. தங்கக் கோப்பை, மன்னன் முன்பு தந்த பரிசு இது—அப்பாவுக்கு! எனக்கும் பரிசு தந்திருக்கிறான், விஷம்!

"குழந்தை விக்ரஹம் போலிருக்கிறது! பாப்பா!! வாம்மா, வா! ஏன் பயம்? ஓடிவா, ஓடிவா! இதோ பார், உனக்குத்தான் மல்லிகை-வா! நான் சிறுமி, பட்டாச்சாரி மகள்— அவர்! — நாடாளும் மன்னன். அவருடைய அன்பு மொழி எனக்குத் தேனாக இனித்தது. அப்பா பூரித்துப் போவார். என்னைப் பிடித்திழுத்துக்கொண்டு போய் மன்னர் முன் நிறுத்துவார். அவர் என் முகவாய்க்கட்டையைப் பிடித்துத் தூக்குவார், கன்னத்தைக் கிள்ளுவார். துவள்வேன், தூக்கி உட்கார வைத்துக்கொள்வார் மடியிலே! ஊரார் சுந்திரவல்லி மஹா அதிர்ஷ்டக்காரி! மகாராஜாவுக்கு உயிர்—என்பார்கள். பலநாள், எனக்குப் பழமும், பட்சணமும், மல்லியும், முல்லையும் கொண்டு வந்து தருவார். ராஜ காரியங்கள் ஏராளம் என்றாலும், என்னைப் பார்க்கவும், விளையாடவும், எப்படியோ அவருக்கு

நேரம் கிடைத்தது சிறுமிதானே நான்—எனக்கு ஒரே பெருமை! என்னைப் போன்ற சிறுமிகளைப் பார்க்கும்போது, பெருமையாகச் சொல்வேன், உங்கள் ஆத்துக்கு ராஜா வர்ராரோ எங்காத்துக்கு ராஜா வரார்—என்னோடு வேடிக்கையாகப் பேசிக் கொண்டிருப்பார், என் மேலே பிராணன், மகாராஜாவுக்கு — என்றெல்லாம் சிறுமிகளே குரும்புக்காரிகள் கேலி பேசும்—“சுந்திரியோட கண் இருக்கே, அது ராஜாவை மயக்கிவிட்டிருக்கும்” என்று ஒருத்திச் சொல்வாள். “கோடி ஆத்து கோமளம், சுந்தரி சிரிக்கிறப்போ கன்னத்திலே குழிவிழறதுபாரடி” என்பாள். “சுந்தரியோட கல்யாணத்துக்கு ராஜா, நிறைய சம்மானம் செய்வார்” என்று எல்லோரும் பேசிக்கொண்டனர்.........!

இந்தத் தென்றலால் நான் வளர்க்கப்பட்டேன். பருவ மங்கையுமானேன்! மன்னன் எப்போதும் போலவே வந்துக்கொண்டிருந்தார்—“சுந்தரி—சுந்தரி” என்று கனிவுடன் கூப்பிடுவார், நான் நமஸ்காரம் செய்துவிட்டு, உள்ளே போய்விடுவேன்—அப்பாவும் அவரும் பேசுவார்கள்—நான் வீட்டு வேலைகளைச் செய்துக்கொண்டே இருப்பேன், சிறுமியாக இருந்தபோது இருந்தபடி இப்போது முடியுமா?— அடே அப்பா, அப்போது, ஒரே வேடிக்கைதானே! அதை எண்ணிக்கொள்வேன், புன்சிரிப்புடன். போகும்போது ஒரு முறை நமஸ்காரம் செய்வேன். அவர் மட்டும் அடிக்கடி “சுந்தரி, சுந்தரி” என்று கூப்பிட்டபடி இருப்பார் ...!

அப்பாவிடம் எனக்கு பிரமாதமானக் கோபம் பிறந்தது, அரசர் மீது குற்றம் கண்டுபிடிக்கத் தொடங்கினார். யாராரோ அப்பாவின் மனதைக் கெடுத்தனர்—இவரும் பிறகு பலருடைய மனதைக் கெடுக்கலானார். மன்னர் எங்கள் நாட்டுக்கு வந்து கிறிஸ்தவப் பாதிரிகளுடன் கூடிக்குலாவுகிறார் என்பதுதான் புகார். இதிலே என்னத் தவறோ தெரியவில்லை!! கிறிஸ்தவப் பாதிரிகள் என்றால் என்ன? அவர்களும் மனிதர்கள்தானே! ஏன், அப்பாவுக்கும்

மற்றும் சிலருக்கும் அருவறுப்பு-நான் கேட்டேவிட்டேன் அப்பாவ—அவர், "பைத்தியம்! உனக்கென்னடி தெரியும்! நம்ம புராதன மதத்துக்கு வைரிகள் இந்த கிறிஸ்தவர். நம்ம மதத்திலே உள்ளவாளை ஏழை எளியவர்களையும் விவரம் அறியாதவர்களையும் பிடித்து, கிறிஸ்துவ மதத்திலே சேர்த்துக்கொள்கிறார்கள். இந்த அக்கிரமத்தை ராஜன் அனுமதிக்கிறான். இவனே, கிறிஸ்தவனாகிவிடுவானோன்னு நேக்கு பயமாயிருக்கு—ஊர் முழுவதும் இதைப்போலத்தான் பேசிக்கொள்கிறா"—என்று சொன்னார். இவ்வளவுதானா! தங்கக் குன்றப்பா மகாராஜா! அவரைச் சந்தேகிப்பது மகாதோஷம் என்று நான் வாதாடி வந்தேன்......!

ஒரு நாள், அப்பா வெளியே போயிருந்தார்—அவர் வந்தார். நமஸ்காரம் செய்ய வேண்டுமே—ஊராளும் ராஜா வந்திருக்கிறார், உட்காருங்கள் என்று நான் சொல்லி உட்கார்ந்தார். நான் அவர் கண்களில் பட்டும் பட ாததுமாக நின்றுகொண்டிருந்தேன் ....!

"அப்பா, இல்லையோ?...சரி வருவார், சீக்கிரம்" என்று சொல்லியபடி, மன்னர் நான் இருந்த பக்கம் கவனித்தார்—என்னையுமறியாமல், கூச்சம்-தலை குனிந்தபடி நின்றேன். "ஏன் கூச்சமோ? சிறுபெண்ணாக இருக்கும்போது எவ்வளவு விளையாடுவாய்? மான் குட்டிபோல! நான் என்ன புது மனிதனா என்னைக் கண்டு, ஏன் இவ்வளவு வெட்கம்?" என்று கேட்டார்.

"நியாயந்தான்! — ஆனால் இந்த பாழாய்ப்போன வெட்கம், என்னைப் பிடித்து உலுக்கிவிட்டது. கொஞ்சம், ஜலம்" கேட்டார். ஓடினேன் உள்ளே—வெள்ளிச் சொம்பிலே வெட்டிவேர் தண்ணீர் நிறப்பி, ஊஞ்சலருகே கொண்டு சென்றேன்—அதை வாங்கும்போது, அவர் கரம், என் கரத்தின் மீதுபடுவது போலிருந்தது. ஊஞ்சலின்மீது செம்பை வைத்துவிட்டு, விலகி நின்றேன். புன்னகையுடன் அவர், அடே அப்பா! எவ்வளவு ஜாக்கிரதை! நான், என்ன பூதமா?

பிசாசா? என்றார். நான் என்ன பதில் சொல்வது?—புன்னகை புரிந்தேன். அப்பா வந்தார். எனக்கு அப்போதுதான் மன அதிர்ச்சி மறைந்தது...பிறகு அவர்கள் பேசிக் கொண்டிருந்தனர்...!

அப்பா இல்லாத வேளையில் இதுபோல அவர் வருகிறபோதெல்லாம் எனக்குப் பெரிய மன நெருக்கடியாகவே இருந்துவந்தது. வேண்டுவென்றே, அப்பா இல்லாத நேரமாகப்பார்த்து வருகிறாரோ, தெரியவில்லையே, என்று சந்தேகம் கிளம்பிற்று.—இலேசாக திகிலும் பிறந்தது. ஏனென்றால், மகா உத்தமர், தர்மிஷ்டர் என்றாலும், மன்னருக்கு மாதர்களிடம் மையல் அதிகம் என்று அப்பாவும் மற்றவர்களும் பேசிக்கொண்டது எனக்குத் தெரியும். முன்னூறு அழகிகள் இருக்கிறார்கள், அந்தப்புரத்தில் என்று சொன்னார்கள். நானோ பருவ மங்கை! அவரோ அடிக்கடி நான் தனியாக இருக்கும்போது வருகிறார். அன்னியராக இருந்தால் அப்பா இல்லை, என்று ஒரே வார்த்தையில் அனுப்பிவிடுவேன். அரசர்! குழந்தைப் பருவம் முதல் விளையாடிய பழக்கம்! எப்படி அலட்சியப்படுத்த முடியும்! ஆனால்......! என் அடிவயிற்றிலே அடிக்கடி இந்த 'ஆனால்' கிளம்பும்! ஆனால் மறுகணம், செச்சே! என் அப்பாவுக்குச் சமானம்—என்ற எண்ணம் தோன்றி, சாந்தி உண்டாகும்.....!

என்ன அவசரமாகத்தான் இருக்கட்டும், இப்படி, வெள்ளிச் செம்பை நானாகத் தருவதற்குள் அவர், என் கரத்தைத் தொடுவதா—நான் கொஞ்சம் முகத்தைச் சுளித்துக்கொண்டேன். அவர் "செச்சே! இதென்ன இவ்வளவு பயம்! பைத்தியம்! உன் அப்பா, ஜெபதபாதிகளை முடித்துக்கொண்டு வீடுவர வெகு நேரமாகும் என்றார்" என் மனம் பதறிவிட்டது. விலகினேன் விடவில்லை—கரத்தை உதறித் தள்ளினேன், கருத்துப் புரிந்துவிட்டது. அவரோ...என்ன சொல்வேன்—அணைத்துக் கொண்டார்—பிறகு—கூவுவேன் என்று மிரட்டினேன், கோம்மளமே என்று

கொஞ்சலானார்—இதென்ன அக்ரமம் என்றேன், அவர் காதல் பேசினார். என்மீது கோபித்து என்ன பயம் கண்ணே! தேவரும் மூவரும்கூட மதிமயங்கக் கூடிய அழகை உனக்குத் தந்த அயன்மீது கோபித்துக்கொள். அல்லது உன் அழகைக் காண எனக்குக் கண்ணளித்த கடவுளின் மீது கோபித்துக்கொள், நான் மன்னன், ஆனால் மனிதன்! முனிவனுமல்ல! மோகநாங்கி!-என்றார்-அரசர் பேசும் பாஷையா இது—என் உடல் துடித்தது-நான் துணிந்து அவரைக் கண்டித்தாக வேண்டும்-விலகினேன்-விழியிலே நீர் தளும்பிற்று......!

"இந்த அக்ரமம் ஆகாது—அரசரின் புத்தி இப்படி அழியக் கூடாது" என்று சொன்னேன். கோபமாகத்தான். ஆனால் உரத்தக் குரலில் அல்ல — வெளியே தெரியக்கூடாதே பதில் பேச வாயில்லை—ஆனால் .....என்னை விடவில்லை. உன்னிடம் பிச்சை..." என்று கெஞ்சினார்...இந்தத் துர்ப்பாக்கியனைச் சாகடிக்காதே என்றார் சரசமாக. எனக்கும் கோபம் ஏசினேன். "என்மீது என்ன கோபம்— தவறு சுந்தரி, கரும்பு வில்லோன் என்னைக் கொல்கிறான்" என்று கூறினார். ஆத்திரம் எனக்கு, கரும்பு வில்லோன் இப்படித்தான் கதியற்ற கன்னியைக் கற்பழிக்கச் சொல்கிறானா! கபடத்துக்கு கவசமிடாதீர், காவலரே! விநாசத்தைத் தேடிக்கொள்ளாதீர், அழிந்து போவீர்—நிச்சயமாக—சத்தியமாக" என்று கூறினேன் அழுதபடி. பயம் போய்விட்டது கோபம் அதிகரித்தது. ஓடி வந்து என்னை பிடித்திழுத்தபடி, 'அழிவேனா!' நானா? உன்னைப் பெறாவிட்டால்தான் பேரழகி நான் அழிவேன்—பெற்றால் பெரு வாழ்வு, புது வாழ்வு இருவருக்கும் என்றார். வெறுப்பு எனக்கு-அவர் பிடியிலிருந்து விடுபடக்கூட முயற்சிக்கவில்லை-வாழ்வு! எனக்கு கற்பிழந்தபிறகு என்று சொன்னேன். என் கூந்தலை கோதியபடி அவர், "கற்பு! யார் வேண்டாமென்பர் அந்த பூஷணத்தை—என்னைக் கணவனாகக்கொள்—பதி சொல் தவறாத உத்தமியாக வாழ உன்னை அழைக்கிறேன். வெறும் உல்லாசத்துக்கு அல்ல" என்றார். ஒரு கணம் திகைத்துப் போனேன், என்ன சொல்வது என்று தெரியாமல்! கெடாதாமே! திருமணம்

செய்துக்கொள்ளச் சொல்கிறாரே என்று யோசித்தேன். வார்த்தைகள் வெளிவரத் தாமதமாயின் — அவருடைய சேட்டைகளோ துரிதமாயின...!

“அரசே! குலம் அறியாது பேசுகிறீர்” என்றேன், அணைப்பிலிருந்து என்னை விடுத்துக்கொண்டபடி. அழகு அறிந்து நாடுகிறேன். சுந்தரி! அவ்வளவுதான் எனக்குத் தெரியும் பேச என்றார். அவருடைய மயக்கத்தைப் போக்க மேலும் பேச எண்ணி, அழகு கண்டு அகலிகையிடம் மோகம் கொண்ட இந்திரன் என்ன கதியானான், தெரியுமே உமக்கு, என்றேன். அவர் என் வாயை அடைக்கும் விதமாக உனக்கு ஒரு கௌதமன் இல்லையே சுந்தரி! அதை மறந்து பேசுகிறாயே என்றார். ஆம் நான் கன்னி! அவரோ கல்யாணம் செய்துக்கொள்ள அழைக்கிறார். ஒரு வேளை, என்னை மனைவியாகக் கொள்ளத்தான் விரும்புகிறாரோ, என்றெல்லாம் எண்ணம் பிறந்தது. ஆனால் அதை அவர் அப்பாவிடமல்லவா கூறவேண்டும். இப்படி என்னைத் தனியாகச் சந்தித்தா... முறை வேண்டாமா எதற்கும். கோபம் குறைந்தது பரிதாபமாக இருந்தது. எனவே, நான் என் தந்தை ஆதீனம், என்று கூறி என் நிலைமையை விளக்கினேன் அவர் கொஞ்சும் மொழியில், நீ உன் தந்தை ஆதீனம். அவரோ சாஸ்திர ஆதீனம். சாஸ்திரமோ பிரம்மகுல மங்கையை க்ஷத்திரியன் மணம் செய்துகொள்ள இடந்தராது—என்ன செய்வது என்று கேட்டார். எனக்கு அவருடைய வாதம்கூட சிறிது மகிழ்ச்சி தந்தது. ஆனால் அவருடைய செய்கை—எனக்குக் கோப மூட்டியது. கடுமையாகவே “என்ன செய்வது —மனதை அடக்குவது—தர்மத்துக்குக் கட்டுப்படுவது—பாப தோஷத்துக்குப் பயந்து நடந்துக்கொள்வது” என்று சொன்னேன். நான் சொல்லச் சொல்ல அவர் என்னை நெருங்கி, ஏட்டுச்சுரை எல்லாம் ஏட்டுச் சுரையடி பழிமொசி என்று கூறிவிட்டு, கட்டிப் பிடித்தார்-காட்டு முறை இது-வேண்டாம் என்று கூறியபடி விலகினேன்—சுவற்றிலேகூட மோதிக்கொண்டேன்—மேலேபோக இடமில்லை. அவர் விடவுமில்லை — ஐயோ என்று அலறினேன், ஆஹா! என்று

புகழ்ந்தார்— இதழை இதழ் தொட்டது. துடித்தேன்—அடபாவி! என்று சபித்தேன். என் அன்பே—என்று சரச மொழி பேசிவிட்டு...! அக்ரமம்—என்று கூறியபடி என்பலம் கொண்ட மட்டும் பிடித்துத் தள்ளினேன், ஆனால் நான்தான் கால் இடறிக் கீழே விழுந்தேன்—அழிந்தேன். நான் அழுத கண்ணைத் துடைத்தபடி பாவீ! பாதகா! என்று ஏசினேன். அமிர்தம் தேவாமிருதம் என்று அந்தப் பாபி பஜனை பாடிக்கொண்டிருந்தான். உள்ளே சென்று, படுக்கையில் சென்று படுக்கையில் புரண்டு புரண்டு அழுதேன்-சுந்தரீ-சுந்தரீசுந்தரீ-என்று விதவிமாகக் கூறினார்—காலால் எட்டி உதைத்தேன் கதவை—உரத்தக் குரலில் சிரித்துவிட்டு, வெளியே போய்விட்டார் இரத்தம் குடித்த புலிபோல! நான்? நானா? நாசப்படு குழியிலே தள்ளப்பட்ட நான் என்ன செய்வது-நான் யார் இனி? மதுரை மீனாட்சி அம்மன் கோயில் பிரதம பட்டாச்சாரியின் மகள் சுந்தரவல்லி, மன்னனின் காமப் பசிக்கு பலியாகப்பட்டுவிட்ட பாவியானாள்! என்ன செய்வது ராஜ சர்ப்பம் தீண்டிவிட்டது. துடைக்கமுடியாத கறைபடிந்துவிட்டது. அரசன் சாமான்யன்-சகலகலா வல்லவன், சாமான்யன் நல்லவன், கெட்டவன் என்று ஆடவர்களை எப்படி வேண்டுமானாலும், நிலையையும் குணத்தையும் கொண்டு பிரித்துக் காட்டலாம். ஆனால் பெண்கள் விஷயத்திலோ ஆடவர்கள் கொள்ளும் போக்கைக் கவனித்தாலோ செச்சே! எல்லா ஆடவரும் ஒரே தரமாகத்தான் இருக்கிறார்கள். இந்த அரசன், நான் பந்து ஆடுவதைக் கண்டு மகிழ்ந்தவன்தான், "பாப்பா, பாப்பா," என்று கூப்பிட்டவன்தான் இப்போது, காமப் பசி பிடித்து என்னை நாசம் செய்துவிட்டான் நிலைமையை அறிந்து இனி என் கதி!...!

மறுமுறை அந்த மாபாவியின் முகத்தை ஏறெடுத்தும் பார்க்கலாகாது என்று தீர்மானித்தேன். அப்பா வருவதற்குள் என் அலங்கோலமான நிலைமையைத் திருத்திக்கொண்டேன்—தலைவலி அதனால்தான், முகத்திலே மாறுதல் என்று தந்திரம் பேசினேன் அப்பா, மீனாட்சி கோயிலிலே வந்திருந்த

பக்தர்களின் பெருமையைப் பற்றி பேசிக்கொண்டே பிரசாத வகைகளை வைத்தார்—அம்பிகே! என்னை இந்த கதிக்கு உள்ளாக்கினாயே —என்று எண்ணி ஏங்கினேன், அப்பா வேதாந்த விவகாரத்தில் ஈடுபட்டார்— வேதனையில் நான் மூழ்கிக் கிடந்தேன். வேட்டைக்காரன் அரண்மனையில் 'தர்பார்' நடத்தியிருப்பான்! ஊரார்! அவர்களுக்கென்ன......!

மறுபடியும் மறுபடியும் புலி வந்தது. நான் என் கோபத்தையும் வெறுப்பையும் வெளிப்படையாகக் காட்டினால், அப்பா இல்லாத சமயங்களிலேயோ, அப்பப்பா! அரசனாகவா இருந்தான், சித்ரவதை செய்தான். செத்தேனே என்று அவன் கொஞ்சுவது கருந்தேள் கொட்டுவது போலிருந்தது சரி, இனி, நிலைமையை வேறு விதமாகவாகிலும் சரிப்படுத்திக் கொண்டாகவேண்டும் என்று எண்ணி, திருமணப் பேச்சை துவக்கினேன்—அதற்குத்தடை ஏது என்றான்—அந்த ஏற்பாட்டை துரிதப்படுத்தச் சொன்னேன். அவன் அதற்காகவே 'அச்சாரம்' பெற்றவண்ணம் இருந்த நான் உரிமையோடு பெறலானான், நான் என்ன செய்வேன். இனிப்புப் பண்டம் கசக்கலாயிற்று. பால் புளித்தது! பசி குறைந்தது! பாதகன் எனக்குப் 'பரிசு' தந்துவிட்டான் நான் கருவுற்றேன்—அவன் சொல்லத்தான் அதையும் அறிந்துகொண்டேன், பயத்தால் முகம் வெளுத்தது. அப்பா இதைக் கண்டார். "ஒன்றுமில்லை, ஒன்றுமில்லை" என்ற பதில் எத்தனை நாளைக்குப் பலன் அளிக்கும் உண்மையைக் கூறவேண்டியதாயிற்று.

"சுந்தரி! ஏன் சோபிதமிழந்து கிடக்கிறது? கசங்கிய தாமரைபோலாகி இருக்க என்னம்மா காரணம்?"

"ஒன்றுமில்லையப்பா"

"என்னம்மா ஒன்றுமில்லை? தேகம் காந்தி மயங்கிக் காட்டுகிறது. விழி சதா ஏதோ மிரட்சி தூங்குவதில்லை சரியா, மனதிலே உனக்கென்னம்மா விசாரம்"

"அப்பா என்னை வேதனைக்காளாக்காதீர்கள்..."

"பைத்தியமே! காரணம் கூறாமல் கலங்கி நிற்கிறாயே.....கண்களிலே...நீர்... என்னம்மா"

"அப்பா! நான் ஓர் பாபி!"

"பாபியா? பைத்தியமே! பித்தமா உனக்கு?"

"பித்தனின் காமப் பசிக்கு இரையான பேதையப்பா, நான்—படுகுழியில் தள்ளப்பட்டேன்—பாவியால்—"

"காமப்பசி! பலி! படுகுழி! என்னம்மா பிதற்றுகிறாய்!"

"ஐயோ, அப்பா, நான் எப்படிக் கூறுவேன்...என்னை—மன்னன் எவ்வளவோ தடுத்தும் பலாத்காரமாக"

"சிவ, சிவ! என்ன பாவம் என்ன கர்மம் இது! திருமலையா இத்தீயசெயல் செய்தான்! அழியாத அபகீர்த்தியை உண்டாக்கிவிட்டான்..என் குலக்கொழுந்தைக் கெடுத்தானா! மகளைக் கெடுத்தானா மாபாவி—அடே பாதகா! வஞ்சகா என் குடும்பத்தைக் கெடுத்தாயே? மகளே பேதைப் பெண்ணே! எப்படி இடம் கொடுத்தாய், உன் கையில், ஒரு கத்தி கிடைக்கவில்லையா? அவனைக் கொல்ல உன்னால் முடியாவிட்டாலும், நீ செத்திருக்கலாமே! என்னிடம் ஒரு வார்த்தை சொல்லி இருந்தால்—என் குலப் பெருமை, குடும்பப் பெருமை, எல்லாம் போயிற்று. எப்படி தேவி

இந்தத் தீயகாரியம் நடைபெற அனுமதித்தாய்? உன்னைத் தொழுதுவரும் எனக்கா இந்த அபகீர்த்தி, என் மகள், விபசாரி —கற்பிழந்தவள்...''

"அப்பா! அந்தக்கபடன், என்னைக் கலியாணம் செய்துகொள்ளவும் சம்மதம் என்று பேசுகிறான்''

"உறக்கப் பேசாதடி'' புத்தி யுக்தியற்ற பேதையே! கலியாணமாம்—ஜாதி—ஆசாரம்—சாஸ்திரம்—எல்லாம் என்ன ஆவது?—''

"இப்போது, எல்லாம் நாசமாகத்தான் போயிற்று''

திருமலை! உன்னைப் பழிவாங்காதிருக்கப் போவதில்லை -நாடாளும் உன்னை, நான் நாசமாக்காவிட்டால், என் பெயர் சந்திரசேகர பட்டர் அல்ல. மமதை கொண்டு வேதியர் குலம் என்றும் பாராமல், உன் நண்பன் என்றும் யோசிக்காமல், தேவி மீனாட்சி கோயில் திருப்பணி செய்யும் பட்டர் என்பதையும் பார்க்காமல், என் மகளைக் கெடுத்தாய், உன்னை நான் பழிவாங்கா முன்னம், ஊண் உறக்கம் கொள்ளேன்—இது சத்தியம்—தேவிமீதாணை—உன்னைத் தொலைத்துவிட்டு மறுகாரியம் பார்க்கிறேன்.

"தேவி கோயிலுக்கு வா, தெளிவற்ற பெண்ணே! ஆலயம் வா! பக்தர்களை அழைக்கிறேன் உன்னை மன்னன் கெடுத்த பாபக் கிருத்திய தீதை எடுத்துக்கூறி, பாபிக்கு என்ன தண்டனை என்று கேட்கிறேன். கற்பழிக்கும் காதகனையா, காவலனாகக் கொள்கிறீர்? என்று கேட்கிறேன் ... கல் மனம்கொண்டவனும் கண்ணீர் விடாமலிருக்க முடியாதே; கல்லால் அடித்துக் கொல்வர், காவலனாக உள்ள காதகனை!''

“சொல்லடியை நாம் தாங்கவேண்டுமே! ஊர் மக்கள் இழித்தும் பழித்தும் பேசுவாரே...”

“ஆமாம்...அதைக் கேட்டுச் சகிக்க முடியாதே...ஆத்திரப்பட்டு பயன் இல்லை! ஆனால் என் அடிவயிற்றில் நெருப்பைக் கொட்டிய அக்ரமக்காரனைச் சும்மாவிடுவது இல்லை—ஆமாம் என்னம்மா, என் ஐயா அப்பா......என்ன”

“வலியா?”

“பாப மூட்டையைச் சுமக்கிறேன்.”

“பரமேஸ்வரா! ஏனோடாப்பா இந்தச் சோதனை நான் செய்த பாபம் என்னவோ! தேவி! தேவி!”

இதற்குமேல் தந்தையும் மகளும் என்ன பேசமுடியும்!

அவர் தலை தலையென்று அடித்துக்கொண்டு அழுதார். நான் என்ன கூறிச் சமாதானப்படுத்துவேன்!

நான் துணிந்துவிட்டேன்—இனி நான் வாழமுடியாதவள்—என் கற்பைக் காப்பாற்றிக்கொள்ள முடியாமல் போய்விட்டது. ஆனால், என் உயிரைப் போக்கிக் கொள்ளவா முடியாது!

மானம் போயிற்று. பறித்தவனோ மன்னன்! மணம் செய்துகொள், என்று வற்புறுத்தலாம், மக்களிடம் முறையிடலாம், அந்தப்புரத்தில் போய்ச் சேரலாம், ஆனால் அப்பாவோ சாஸ்திர விரோதம் என்கிறார். ஆகவே நான் இனி பிழைத்திருக்க முடியாது. செத்தாகவேண்டும். குடும்பத்துக்கு இழிவைத் தராதிருக்க வேண்டுமானால், சாகத்தான் வேண்டும்.

அப்பாவிடம் வாதாடினேன்—திருமணத்துக்கு மன்னன் எப்படியும் ஒப்புக்கொள்வாரப்பா, என்று கெஞ்சினேன் அவர் வெந்தபுண்ணிலே வேலைச் சொருகாதேடி என்று கொக்கரித்தார். பெண்ணின் வாழ்வு பெரிதா, சாஸ்திரசம்பிரதாயம் பெரிதா என்றுகேட்கத் துடித்தேன். நான் அழுகிய பழம், அப்பாவுக்கு அந்த நாற்றம் குடையும்போது நான் 'வாதாடுவது' வேதனையாகத்தானே இருக்கும். ஆகவே சாவு தவிர வேறு மார்க்கம் இல்லை. ஆமாம், நான் சாகத்தான் வேண்டும். விஷம்! சாவு!! வேறு வழியில்லை!!!

*[சந்திரசேகர பட்டர்]*

என் மகள் மாண்டுபோனாள்—அந்த இரகசியமும் அவளோடு, மண்ணோடு மண்ணாகப் புதைந்துபோய்விட்டது. ஆனால் என் மனம்! நான் கோயில் அர்ச்சகன், என்மூலம்தான் எண்ணற்றவர்கள் தேவியின் அருளைப் பெறுகிறார்கள்,

தேவி எனக்கு அளித்தது?......ஊரெல்லாம்தான் புகழ்ந்தது...? சுந்தரியின் அழகை! மன்னன் காட்டிய பரிவு பலருக்கு பொறாமைத் தீயைக்கூட மூட்டிவிட்டது, அந்தப்பாவி, என் மகளைக் கொன்றான். மாரடைப்பு—ஊராருக்குக் கூறினேன்; ஆனால் என் உள்ளம் அறியுமே! விஷமருந்திச் செத்தாள் என்மகள்! பாதகன், என்ன காரியம் செய்துவிட்டான்! சபலம், ஆமாம், நடந்தது நடந்துவிட்டது. என்னையுமறியாமல் நேரிட்டுவிட்டது, அவள் அழகு என் அறிவை அறித்துவிட்டது. அந்தணரே! இனி அதுபற்றிப் பேசிப் பயனில்லை. நிலைமையை, நெஞ்சிலே கபடமின்றிக் கூறிவிட்டேன். நீர் மதியூகி! வேறென்ன சொல்ல — அவ்வளவுதான் — இப்படிப் பேசினான், என் மகளை இரைகொண்ட காமாந்தகாரன்.

அவளைத் திருமணம் செய்து கொள்வானாம். கைவிட மாட்டானாம் — வேறு ஏதாகிலும் ஏற்பாடு செய்ய வேண்டுமென்றாலும் தயாராம்! இந்த மண்டலத்திலேயும், எந்த மண்டலத்திலேயும், எனக்குப் பெரும் பழியைத் தேடிக்கொள்வதா! எப்படிச் சம்மதிக்க முடியும் திருமணத்திற்கு.

சுந்தரியும் திருமணம், திருமணம் என்று வாதாடினாள். அவளுக்கு என்ன தெரியும் சாஸ்திர சம்பிரதாய மகிமையும் மேன்மையும். வேதியக்குலம் முழுவதும் என்னை வெறுக்கும் கண்டிக்கும், சபிக்கும். இதை எண்ணித்தானே, திருமணம் கூடாது என்றேன். ஒரு வேளை, சுந்தரியைத் திருமணம் செய்துகொண்டு சுகமான வாழ்வளித்து இருக்கக் கூடும் மன்னன்! தங்கப் பல்லக்கிலே செல்லும் அந்தஸ்து கிடைத்திருக்கும் மகளுக்கு.

ஆனால் நான்? சண்டாளன் என்றல்லவா தள்ளப்பட்டிருப்பேன். கேவலமாகத்தானே கருதியிருப்பார்! இதற்காகத்தான், மன்னனை சதாசர்வ காலம் வீட்டிற்கு வரவழைத்தபடி இருந்தான் போலும் என்று இழிமொழி பேசுவர், ஏற்கனவே, ஏதோ ஓர் விதமான வதந்தி பரவித்தான், வம்பளந்தார்கள் விஷமக்காரர்கள் அன்று கைலாசநாதபட்டரும் கனகசபேச பட்டரும் பேசியது ஒரு தினுசாக இருந்தது—ஏன் அவ்விதம் பேசினார்கள் என்பது பிறகல்லவா புரிந்தது. பித்துக்குளிகள் ஏதோ பிதற்றுகிறார்கள் என்று நானோ ஏமாளி எண்ணிக்கொண்டிருந்தேன், அப்போது......!

“சௌக்கியந்தானே, ஸ்வாமிகளே!”

“இருக்கிறேன்—ஏன்......”

“கேட்டேன் ஸ்வாமி! லோகாசாரபடி......”

“சந்தோஷம்... வரட்டுமா”,

“ஆஹா! நான் தடைசெய்ததை க்ஷமிக்கணும்—ராஜா இன்னேரம் தங்கள் தரிசனத்துக்காக தவித்துக் கொண்டிருப்பார்—போய் வாரும்”

“ஓய்! நீர், பேசுகிரதை கவனிச்சா. ஏதோ என்னைக் கேலி செய்கிற மாதிரியாகத் தோன்றுதே என்ன விஷயம்......?”

“உம்!”

“ஓய்! ஏன் பெருமூச்சு விடறேள்....”

“பட்டாச்சாரியாருக்கு என்னங்காணும் குறை! ராஜன் அவர் வீட்டு வாசல்லே, காத்திண்டிருக்கான் சதாகாலமும்”

“வேதவேதாந்தத்தின் இரகசியத்தை அறிந்து கொள்ளவேண்டுமென்ற நோக்கம்.”

“ஆமாம் தேவரும் மூவரும்கூடத்தானே அந்த இரகசியத்துக்காக...”

“படாதபாடுபட்டிருந்தாளேன்னோ...”

“அட ஏன் ஓய்! சும்மா, சுத்தி வளைச்சி பேசிண்டிருக்கேள் — வேதமாம் — வேதாந்தமாம் — இரகசியமாம்...”

“ஓய்! நீர் ஏன் இவ்வளவு கோபிக்கிறீர்?”

"ஒன்றுமில்லே, ஸ்வாமிகளே-! புறப்படும், புறப்படும்...ராஜா, கோபிக்கப்போகிறார்..."

"கோபிக்கமாட்டார் ஓய்! பட்டாச்சாரியார், ஆத்துக்குப் போகிறபோது வழியிலே பேசிண்டிருந்தாளே, தாமதமாச்சின்னு தெரிஞ்சா உமக்கு ராஜா சன்மானம் செய்வார் ஓய்! பிரதி தினமும், இந்தக் கைங்கர்யத்தைச் செய்திண்டிரும்னுகூடச் சொல்வார்"

"ஓய் என்ன இது—குறும்பு போக்கிரித்தனம்—என்ன பேசறேள் —ஏதோ பூடகமாக இருக்கு"

"ஒன்னுமில்லை ஸ்வாமி! இவன் ஒரு வயத்தெரிச்சல் பிடித்த ஆசாமியேன்னா?...... உமக்கு 'ராஜகிருபை' கிடைத்திருப்பதாலே பொறாமைகொண்டு பேசறான்"

"ராஜக்ருபை. பட்டாச்சாரி ஸ்வாமிகளோட ஜாதகப்பலன் அல்ல, குமாரி, சுந்தரியின் ஜாதகபலன் தந்ததாக்கும் இந்தக் கிருபை"

இப்படி எல்லாம் பேசினாளே, பட்டர் கூட்டம் அதை எல்லாம் எண்ணிக் கொண்டா என் மனம்படுகிறபாடு, அடா அடா! சர்வேஸ்வரா ! மகளை இழந்தேன்—செல்லத்தை இழந்தேன். மானம் போகாதிருப்பதற்குக் காரணம், விஷயத்தை வெளியே பேசாமல் 'நம்மவா' இருப்பதாலேதான்—அவள் மாண்டுபோனதும் ஒரு விதத்திலே நல்லதுதான்...இருந்தால் என் நிலை என்ன ஆகும். மீனாட்சி கோயில் பட்டருக்கு, மகள் மாரடைப்பால் இறந்துவிட்டதாலே மனக்கவலை என்று பலரும் பேசுகிறார்கள். அவனோ! நடந்ததுவிட்டது! நாடாள்பவனல்லவா...தைரியமாக... அலட்சியமாக...ஆணவமாகக் கூறுகிறான், நடந்துவிட்டது

இனி நடக்க வேண்டியது ஒன்றுமே இல்லை, என்பது அவன் நினைப்பு... யார் என்ன செய்ய முடியும் என்ற அகம்பாவம்... ஆமாம் நம்மால் என்ன செய்ய முடிந்தது... இதுவரையில் அவனைக் காணும்போது கடும் கோபம் பிறக்கிறது... பிறந்தது பழிபாவத்துக்கு அஞ்சாத பாவி, கெம்பீரமாக உலவுகிறான். ஊரில், கோலாகலமாக கொலுநடத்துகிறான்—அந்தப்புரத்திலே மாதர்களின் கூட்டம் இருப்பது கேட்டு மக்கள் ஒரு விதமாகப் பேசுகிறார்கள் என்று சொன்னால் அவன் வாய்க் கொழுப்பு—என் பட்டரே! மகளுக்கு ராமாயாணம் தெரியாதே! அவருடைய அந்தஸ்துக்கு அவர் அறுபதினாயிரம் கொண்டார்—ஏதோ சக்தியாசாரம் நமக்கு என்று கூறக்கூடாதோ, என்று கேலி பேசுகிறான்... கோமதியாளன்.

சுந்தரி ஒரு ராஜகுமாரியா? அவள் சார்பாக ரதகஜதுரகபதாதிகள் கிளம்ப. அல்லது, நான் படிக்கும் புண்ய கதைகளிலே கூறப்படுவதுபோல, சபிக்கக்கூடிய காலமா இது —கல்லாய்ப்போக, என்று சாபம் கொடுக்க... என்ன செய்வது எரியும் கொப்பரைபோலுள்ள என் மனதுக்கு, எப்போதுதான் சாந்தி கிடைக்கும்... மன்னனை மாபாவி என்று கூற மனம் துடிக்கிறது. உண்மையைக் கூறவோ முடியவில்லை—மானம் தடுக்கிறது—பழிவாங்கியாக வேண்டும்—ஆனால், எப்படி, எப்படி...! ஆமாம், லிங்கண்ணாவைத்தான் கருவியாக்க வேண்டும்.

லிங்கண்ணா! என்மகள், மாரடைப்பால் சாகவில்லை. மாபாவி செய்த அக்ரமத்தால் இறந்தாள், என்று சொன்னால்.... செச்சே! சொல்லக்கூடாது கேவலமாகக் கருதுவான். லிங்கண்ணாவுக்கு மன்னன் மீது கோபம் இருக்கிறது, நிரம்ப. அவனை ஏவிவிட்டால், மன்னனை ஒழிக்கலாம். மன்னனை ஒழிக்காமுன்பு என் மனமோ சாந்தி அடையாது. கோயில் பட்டாச்சாரிக்கு மன்னன் மீது கோபம் பிறக்கவிடக்கூடாது. என்ன செய்யலாம்? எதையாவது

செய்தாக வேண்டும்! பாம்பாகி அவனைப் பிடிக்கவேண்டும். எப்படி? திருமலையைத் தீர்த்துக் கட்டியாக வேண்டும்— காரணம் வெளியே தெரியக் கூடாது. லிங்கண்ணாவும் அறிந்துகொள்ளக் கூடாது. லிங்கண்ணாவின் மனதை அறிந்து; தூபமிடவேண்டும் மன்னன் மதியிலி! என் மகளின் மரணத்துக்குப் பிறகு நான் பழைய சம்பவத்தை மறந்தேபோனேன் என்று எண்ணிவிட்டான். என் மனதிலே மூண்ட தீ, அணையக் கூடாதா நானோ பக்குவமாகத்தான் நடந்துகொள்கிறேன்-அவனை நேரடியாக எதிர்த்து ஒழிக்க முடியாது. மாமரத்தின் பின்புறமிருந்துதான் இந்த வாலியைக் கொன்றாகவேண்டும், சமயம் வாய்க்கவேண்டும். ஒவ்வொரு நாளும் ஒவ்வொரு யோசனை உதயமாகிறது. ஆனால் மறுநாள், அது பைத்தியக்கார யோசனை என்று புரிகிறது— தெளிவு பிறக்கவில்லை. சுந்தரியின் உருவம் நித்த நித்தம் என் முன் தெரிகிறது. அப்பா! ஆகமம் சாஸ்திரம் என்றீர், இல்லையானால், நான் அந்தப்புரம் சென்று சுகப்பட்டு இருக்கும் என்று அழுகுரலில் கூறுகிறது, அந்த உருவம். எப்படிச் சம்மதிக்க முடியும் அவள் சொன்ன நீச ஏற்பாட்டுக்கு. மதுரை மீனாட்சி அம்மன் கோயில் பட்டாச்சாரியே வர்ணாஸ்ரம விதியை சனாதன தர்மத்தை, சாஸ்திர சம்பிரதாயத்தை, மீறி நடந்தால், பிறகு நமது குலப் பெருமை மதமகிமை நிர்மூலமாகிப் போகுமே. ஏற்கனவே, கிறிஸ்தவப் பாதிரிகள், மக்கள் மனதை மயக்கிவிடுகிறார்கள்! என் மகளை நான் 'ஜாதிகெட' விட்டிருந்தால், போதுமே மதமே மாண்டுபோகும்! தேவி கோயிலிலிருந்து துரத்தப்பட்டுமிருப்பேன். ஆமாம், அவள் செத்தாள்— வேறு வழி கிடையாது. ஆனால் இவன்— இவனைத் தொலைக்கவேண்டும்! எப்படி? அதுதானே இன்னும் புரியவில்லை. மன்னன் நாஸ்திகனாக வருகிறான். தேவியை மறந்துவிட்டான். புராதன மார்க்கத்தைப் பழிக்கிறான் என்பதை மெள்ள, மெள்ளப் பலரிடம் கூறிவருகிறேன், பாவுகிறது இந்தச் சேதி மக்கள் மனம் பதருகிறது. இது நல்ல சுபசகுனம்! ஏன்! அந்தப்புர மாதர்கள்கூட, என் தூபத்தால் மன்னனுக்கு விரோதமாகக் கிளம்பத் தயாராகிவிட்டனர்,

அதனால்தானே, அந்தப்புரத்திலேயே அரசனைக் குத்திக் கொல்ல ஏற்பாடு செய்தேன்—அரசனின் அபிமான ஸ்திரீகளும் சம்மதித்தனர்—அந்த மடையர்களால் முடியவில்லை. மன்னனைக் கொல்ல—வேறு ஏற்பாடுகள் செய்தாகவேண்டும் — அதுவும் லிங்கண்ணா மூலமாகத்தான்! பார்ப்போம். பழிவாங்காது விடக்கூடாது—முடியாதுபோனால் இப்புவியேது! ......எப்புவியிலும் நம்மவர் போட்ட திட்டம் தோற்றது கிடையாது. மதுரை மண்டலத்திலே மட்டும், நமது முறை தோற்றாபோகும். இல்லை, இல்லை, வெற்றிகிட்டும், லிங்கண்ணா வெறி கொண்டவனாகவே காணப்படுகிறான். ஒரு நல்ல திட்டம் தயாரித்துக்கொண்டு, அவன் உதவியை தேடினால் வெற்றிதான். திட்டம் வேண்டும்—திட்டம் வேண்டும்.

*[லிங்கண்ணா]*

மோசமாகிவிட்டது, மன்னன் போக்கு. இந்த கிறிஸ்தவ பாதிரிகளுக்கு இப்படியா இடம் தருவது? மதுரை கொந்தளிக்கிறது, மன்னன் ஏதும் நேரிடாது என்று இருக்கிறான், மமதையுடன், என்னிடம் துளியாவது மதிப்பு இருக்கிறதா. என்ன செய்துவிட முடியும் என்ற தைரியம்.

ராஜ சபையிலேயே நம்மையெல்லாம் அலட்சியப்படுத்துகிறான். எவ்வளவு தைரியமாக மத விஷயத்தைக் கண்டிருக்கிறான் இந்த மண்டலத்திலும், வேறு மண்டலங்களிலும் மறையவர்களிடம் மன்னர்கள் பயபக்தி விசுவாசத்துடன் நடந்துக்கொள்கிறார்கள். திருமலை மட்டும்தானே தர்க்கிக்கிறான், தர்க்கிப்பது மட்டுமா......அன்று ஒருநாள், சந்திரசேகர [illegible] சில புதிய கேள்விகள். பாதிரி தயாரித்தார்கள். படிக்கிறேன், கேளுங்கள்-பட்டரே! பதில் கூற முடியுமானால் நல்லது, கவனமாகக் கேட்கவேண்டும் என்று கூறி, என் எதிரிலேயே அந்தப் பிராமணனை எவ்வளவு கேவலப்படுத்திவிட்டான் மதத்தையும் பழித்தான்.

"ஓய்! பிரபஞ்சத்தைச் சிருஷ்டித்தவர் கடவுளேதானே!"

"ஆமாம்......சந்தேகமென்ன....வேதப் பிரமாணாதிகள் அதைத்தான் வலியுறுத்துகின்றன......உபநிமிஷத்தும்......"

"போதுமய்யா...நான்தான் ஒப்புக்கொள்கிறேனே ஒப்புக்கொள்ளும் விஷயத்துக்கு ஓராயிரம் ஆதாரம் ஏன்?"
"பிரபஞ்சத்தைச் சிருஷ்டித்தான் கடவுள்...உம்மையும் என்னையும் — ஊராள்வோனையும் உழவனையும் ஈ, எறும்பு முதலான எண்பத்தி நான்கு கோடி ஜீவராசிகளையும் சிருஷ்டித்தான் ..."

"சிருஷ்டித்தான் அல்லவா? இதிலே மக்கள் ஆண்டவனின் குழந்தைகள்தானே"

"ஆமாம்"

"அப்படி இருக்க, இதில் உயர்ந்த ஜாதி தாழ்த்த ஜாதி என்று பேதம் ஏன்?"

"அது சாஸ்திரம்"

"சாஸ்திரம் சர்வேஸ்வரனுடைய வேலையைக் கெடுப்பதா சாஸ்திரத்தின் இலட்சணம்"

"இல்லை"

"என்ன, இல்லை...இல்லை...நாலு ஜாதிக்கு என்ன காரணம் கூறுகிறார்கள்..."

“பிரம்மனின் முகத்தில்...”

முகத்திலே, தோளிலே, துடையிலே, பாதத்திலே, இப்படிக் கூறுகிறார்களே, அது இந்த நாட்டுக்கு மட்டும் இருக்கிறது தவிர உலகிலே மற்ற நாடுகளிலே இல்லையே ஏன்?

“தெரியவில்லை.”

விசாரிக்கப்படாதோ...

“யாரை”

“விஷயம்....தெரிந்தவர்களை” என்று பேசிவிட்டு ஒரு பேய்ச் சிரிப்பு சிரித்தபோது, எனக்கு வந்த கோபம், கட்டாரி மீதே கை சென்றது; ஊர் மக்கள் இவனை ஒழித்துக் கட்டுபவர்களை வாழ்த்துவார்கள் அவ்வளவு வெறுப்பு வேந்தனிடம், யாரும் தன்னை ஏதும் செய்துவிட முடியாதா! நான் என்ன மரமா! வாள் ஏந்தி அறியாதவனா! இந்த மண்டலத்தையே ஆளும் வல்லமை உண்டு எனக்கு! ஆள நினைத்தால்தான் என்ன தவறு! அன்னியருக்கு இடமளிக்கும் இந்த மன்னனை ஒழித்துவிட்டு, நானே மன்னனானால் ஒரு தவறும் இல்லை. பதவி ஆசை என்பார்கள்—ராஜ துரோகம் என்று சிலர் தூற்றுவார்கள். ஆனால், மக்களுடைய மனம் எனக்குத் தெரியும். நான்தான் மாபாவியை ஒழித்தேன் என்று தைரியமாகக் கூறிவிடலாம். ஆனால் அவ்வளவு வெளிப்படையாகச் செய்வது ஒரு வேளை ஆபத்திலே கொண்டு போய்ச் சேர்க்கக்கூடும். வேறு விதமாகத்தான் ஏற்பாடு செய்ய வேண்டும். நல்ல வேளையாக இந்த பட்டர் கிடைத்து இருக்கிறார். பாவம் வெளியேசொல்ல முடியாதவேதனை அந்த ஆசாமிக்கு. இந்த நிலையில் உள்ளவரைத்தான் தக்க கருவியாகக் கொள்ள வேண்டும்.

அவருக்கு உள்ள வேதனையின் காரணத்தை அறிந்ததாகக் காட்டிக்கொள்ளக் கூடாது. அன்று மெள்ள ஒத்திகை பார்த்தேன்—நேர்த்தியாகவே இருந்தது, பட்டரின் ஒத்தாசை நிச்சயம் கிடைக்கும் என்பதிலே சந்தேகம் இல்லை. மக்கள் ஏதாகிலும் சந்தேகப்பட்டாலும் பட்டர் அவர்களைச் சரிப்படுத்திவிடுவார்! அவர் என்ன சாமான்யமானவரா? தேவி சன்னதியில் பட்டாச்சாரியார்—அவர் வாக்கு சத்திய வாக்கு என்றுதான் யாரும் எண்ணுவார்கள்.

*"மன்னனுக்கு மதி கூறுவதைவிட, மணலைக் கயிராகத் திருத்திவிடலாம் போலிருக்கு, மறையவரே! விதண்டாவாதம், பேசுவதெல்லாம்; செய்வது, மகா மோசமான மட்டரகமான காரியம்..."*

*"மன்னன்!—ராஜா...!"*

*"மரப் பொம்மைகளா மக்கள்?"*

*"மன்னன் என்றால், எதுவும் செய்யலாம் என்றா எண்ணுவார்கள்? அந்தக் காலம் மலையேறிவிட்டது."*

*"மதுரையிலா?"*

*"ஏன்? இங்கு, மாவீரர் இல்லை என்று எண்ணுகிறீரா?"*

*"லிங்கண்ணா! வீரருக்கு இங்கு என்னகுறை உமது வீரதீர பராக்கிரமத்தை நான் அறியமாட்டேனா?"*

*"ஆனால்..."*

*"ஆனால் என்று இழுக்கக் காரணம் அந்தணரே! என்ன கூறும். ராஜவிஸ்வாசம் பலமான பாசமல்லவா?"*

“ஆமாம்—ஆனால் ராஜபதவி மிகவும் பொறுப்பானது. அல்லவா?”

“ஆமாம்—தடை என்ன—தர்மசாஸ்திரம் தவறாமல் நடப்பதுதான் ராஜதர்மம்...”

“தவறினால்...”

“ஆண்டவன் தண்டிப்பார். ஆண்டவன் அதற்காகத்தான் மக்களுக்கு அறிவையும் ஆற்றலையும் தந்திருக்கிறார்—கடிக்கவரும் பாம்பை எல்லாம் ஆண்டவன் துரத்திக்கொண்டு வந்து அடிக்கவேண்டுமா — நாம் என்ன மண்ணாங்கட்டிகளா?”

“ஏது? லிங்கண்ணா, புரட்சிப் பொறி வீசுகிறது, உன் பேச்சில்”

“பட்டரே! மன்னரிடம் கூறிவிடும்—லிங்கண்ணா உமது நடத்தையைப் பலமாகக் கண்டிக்கிறான்—மக்கள் ஆத்திரம் கொண்டுள்ளனர்—அக்ரமத்தைச் சகிக்கமாட்டார்கள், என்று கூறிவிடும்”

“நானா...”

“ஏன்? வேறு யார் கூறுவது? உமக்குத் தெரியவில்லையா, மன்னன் நமது புராதன மார்க்கத்தையே நாசமாக்கத் துணிகிறான். பரங்கிகளின் பேச்சைக் கேட்டுக்கொண்டு......”

“தெரியும்—மனம் வேகிறது அந்த மாபாவி செய்யும் காரியத்தை நினைத்தால்.....” என்றல்லவா பேசினார். பட்டாச்சாரியாருக்கு மனம் எரிமலையாகிக் கிடக்கிறது அந்த நெருப்புக் குழம்பிலே தள்ளிப் பொசுக்கிவிடலாம்

மன்னனை. சரியான சமயம் வாய்க்கவேண்டும். திட்டம் தீட்டியபடித்தான் இருப்பார் பட்டாச்சாரி, பழிவாங்கித் தீரவேண்டும் என்ற எண்ணம் அணையா தீயாக இருக்கிறது அவர் மனதில்.

**திருமலை**

பணம் இல்லாமல், எவ்வளவு திட்டங்கள் பாழாகி விடுகின்றன, நானும் கொஞ்சம் வீண் செலவு செய்துவிட்டிருக்கிறேன். அந்தப்புரத்திலே மட்டும், தேவிமார் முன்னூறு—பரிவாரம் பலநூறு—பொன் பாழாகிறது. இவ்வளவு அழகிகளும், என் சுந்தரவல்லியின் கால் தூசுக்கு இணையாகமாட்டார்கள்! அந்த பொற்கொடியைப் பெற அரும்பாடுபட்டேன்—பெற்றேன்—ஆனால் நிரந்தர விருந்தாகவில்லை. பழைய போதை இந்தப் பட்டாச்சாரிக்கு. பாதிரிமார்கள்தான் பட்டவர்த்தனமாகக் கூறினார்களே, வைதீக வெறி, லேசில் போகாது என்று. எவ்வளவு வாதாடினேன். சுந்தரியைத் திருமணம் செய்துகொள்ள வேண்டுமென்று, பிரளயம் வந்துவிடும் என்று பீதி கொண்டான். அவள் அழுதபோதெல்லாம் அஞ்சியபோதெல்லாம் தைரியம் சொன்னேன். உன்னை என் தேவியாக்கிக் கொள்கிறேனென்று சிலநாட்களில் இந்த பட்டாச்சாரியின் பித்தம் தெளிந்துவிடும், திருமணத்துக்குச் சம்மதிப்பான் என்று எண்ணினேன், அதற்காகவே, பழைய சாஸ்திர சம்பிரதாயங்களிலே உள்ள அர்த்தமற்ற, பொருத்தமற்ற விஷயங்களை எல்லாம், பட்டாச்சாரியிடம் கூறினேன்—வேடிக்கையாகப் பேசுவதுபோல, எதற்கும் அசையவில்லை.

பாபம்! சுந்தரி திடீரென்று மாண்டுபோனாள். மாரடைப்பு என்று புரளுகிறான். இருக்காது. தற்கொலையாகத்தான் இருக்கவேண்டும் பேதைப் பெண் பீதி கொண்டுவிட்டாள். பட்டாச்சாரி, அவள் செத்ததோடு, சம்பவத்தையே

மறந்துவிட்டான். மகள் செத்துகூட அவனுக்கு வருத்தமளிக்கவில்லை, ஜாதி கெடவில்லையென்று மகிழ்கிறான். 'எல்லாம்விதி' என்ற ஆறுதல்! என்மீது கோபம்கூட இல்லை. மகாராஜாவைக் கருவியாக்கி பிரமன் தன் வேலையை முடித்துக் கொண்டான் என்று கூறி மனச்சாந்தி தேடிக்கொண்டான் மடையன். ஆனால் 'ராஜபக்தி' அபாரம் அவனுக்கு இல்லாமலா, நான் பணமின்றி திண்டாடுவது தெரிந்து, தேவி சன்னதியில் உள்ள இரகசிய சுரங்கத்திலே, பெரும் பொற்குவியல் பேழைகளில் உள்ள ரகசியத்தைக் கூறினான். பரம்பரை பரம்பரையாகச் சேர்க்கப்பட்ட பொன்! நல்ல சமயத்திலே உதவுகிறது. இன்றிரவு நடுநிசிப் பூசையின்போது சென்று, எடுத்து வரவேண்டும். பட்டாச்சாரி நமக்காகக் காத்துக்கொண்டிருப்பான். எத்தனை பேழைகளோ! எவ்வளவு பொற்குவியலோ!

### சந்திரசேகரபட்டர்

நடுநிசி! பக்தகோடிகளெல்லாம் போய்விட்டார்கள். பேராசைக்காரன், காமாந்தக்காரன், என் மகளைக்கெடுத்துச் சாகடித்த காதகன் வரப்போகிறான். பேழைகள் எத்தனை! பொற்குவியல் எந்த அளவு இருக்கும் என்றல்லவா கேட்டான். வா! வா! சந்திரசேகரன் கட்டிய சமாதி தயாராக இருக்கிறது. இதே லிங்கண்ணாவும் வீரர்களும், எனக்குத் துணையாக வந்துள்ளனர். புல்லேந்தும் கரம்தான், ஆனால் இன்று. உன் உயிரைப் போக்கும் வலிமை இதற்கு .வேதனை, கோபம், வெட்கம், எது கிளம்பினால்தான் என்ன, மணி அடிக்கும் இவன், நம்மை என்ன செய்யமுடியும் என்று இறுமாந்து கிடந்தான், இதோ சவக்குழி-தேவிக் கோயில் பட்டாச்சாரி வெட்டி இருக்கும் சவக்குழி! உள்ளே சென்று, பேழைகளைப் பார்த்து, வாய்பிளந்து நிற்கும்போது, இந்த விளக்குகள் அணைக்கப்படும்! இருள் சூழ்ந்து கொள்ளும். பிறகு, இந்தப் பெரும்பாறை-லிங்கண்ணா பலசாலி

இருவரும் சேர்ந்து சுரங்க வழியை இதனால் அடைத்துவிடவேண்டும்—உயிரோடு சமாதி — காற்று கிடையாது-பாறைக் கதவு-தட்டிப் பயனில்லை. நெட்டித்தள்ளி பயனில்லை-உயிர் ஊசலாடும்-சித்திரவதை-அணு அணுவாக உயிர் கத்தரிக்கப்படும். பிணமாவான் பேயன்! லிங்கண்ணா, இதைத் தர்ம கைங்கரியம் என்றே எண்ணுகிறான். மதத்தைக் காப்பாற்ற, மன்னனானாலும் அருமை மைந்தனானாலும், தாய் தகப்பனானாலும், யாராக இருந்தாலும், கொல்வது, புண்ய காரியம் என்றேன்-ஆமாம் என்றான். சொல்லாமலிருப்பானா, சாஸ்திரம் அறிந்தவனாயிற்றே! நான் எதற்காகப் பழிதீர்த்துக் கொள்கிறேன் என்பது, நல்ல வேளை, லிங்கண்ணாவுக்குத் தெரியாது. என் திட்டத்தை மெச்சினான். ஆமாம், அதோ மன்னன்-தேவி! உனக்குப்பலி, நரபலி! சுந்தரி, உன் தந்தை சாமான்யனல்ல-இதோ பார், வருகிறான், சாக.

### மதுரை பக்தர்கள்

காலம் கலியானாலென்ன, அற்புதம் நடவாமலா போகும். நேற்று நடு ஜாமப் பூஜையின்போது நமது மன்னன் திருமலை, தேவியோடு ஐக்கியமாகிவிட்டாராம், தேவியின் மகிமையே! மகிமை! திருமலைக்குக் கிடைத்த ‘முக்தி’யே முக்தி, தேவியைத் தரிசித்தபடி நின்றாராம் மன்னன்-நெடுநேரம். பட்டாச்சாரியார்கூட ஆச்சர்யப்பட்டாராம், பாதிரிகள் சவகாசத்தால், மன்னனுக்கு மத நம்பிக்கை குறைந்துவிட்டதாக எண்ணிக்கொண்டோமே. இவர் பக்திப் பரவசராகியல்லவா நின்றார் என்று எண்ணி, இப்படிப்பட்ட ‘பக்திமானை’ பழித்தோமே, என்று வருந்தினாராம். மன்னன் கண்மூடி கரம் கூப்பி, மவுனம் செய்தவண்ணம் இருக்கும்போது, பட்டாச்சாரியாரின் கண்களைப் பறித்துவிடும்படியான ஓர் ஜோதி தோன்றிற்றாம், அம்பாளிடமிருந்து. முகத்திலிருந்தா, காலிலிருந்தா என்று மட்டும் கண்டுபிடிக்க முடியவில்லையாம். ஜோதி

தோன்றியதும். ‘பக்தா’ என்று தேவியின் குரல் கேட்டதாம், ‘வந்தேன்’ என்றாராம் திருமலை; அவ்வளவுதான் மன்னர் ஜோதியில் கலந்துவிட்டாராம். என்ன பக்தியின் பெருமை! திருமலை நாமம் வாழ்க! திவ்யஜோதி வாழ்க! தேவியின் நாமம் வாழ்க! திவ்ய ஜோதியில் கலந்த திருமலையான் திருநாமம் என்றென்றும் வாழ்க!

★★★

9 788198 81596